ബാലസാഹിത്യം

മാമ്പഴക്കാലം

ബാലസാഹിത്യം

മാമ്പഴക്കാലം

പി.സി. മണിയൻ

Little Green

little green
an imprint of green books private limited
gb building, civil lane road, ayyanthole,
thrissur- 680 003, kerala, ph: +91 487-2381066, 2381039
website: www.greenbooksindia.com
e-mail: info@greenbooksindia.com

malayalam
mambazhakkalam
children's poem
by
p c maniyan

first published march 2020

cover design : shahzad
illustrations : anurag, vaisanth

manipal technologies ltd, manipal

branches:
thrissur 0487-2422515
thiruvananthapuram 0471-2335301
calicut 0495 4854662

isbn :-978-93-89671-51-3

LGPL/038/2020

സ്കൂൾ പ്രായത്തിലുള്ള കുട്ടികൾക്ക്
വായിച്ചാസ്വദിക്കാനും താളാത്മകമായി
പാടി രസിക്കാനും പറ്റിയ
കവിതകളുടെ സമാഹാരമാണിത്.
കുഞ്ഞുമനസ്സുകളിൽ ശാസ്ത്ര ബോധം
കടന്നുവരാനും നിഗമനങ്ങളിലെത്താനും
പറ്റിയ സന്ദർഭങ്ങൾ ഈ കവിതകളിലുണ്ട്.
പ്രചാരമുള്ള കുറേ ഈസോപ്പുകഥകൾ
ചുരുക്കി അന്തഃസത്ത ചോർന്നുപോകാതെ,
ഗുണപാഠങ്ങൾ കൂടുതൽ വ്യക്തത വരുത്തി
കവിതാ രൂപത്തിലാക്കിയിട്ടുണ്ട്.
മധുരം ചേർത്ത് ഗുളിക രൂപത്തിലാക്കിയ
കഥകളോട് കുട്ടികൾക്ക് കൂടുതൽ
ഇഷ്ടം തോന്നുമല്ലോ.

ഡോ.ധർമ്മരാജ് അടാട്ട് ഈ കൃതിയെപ്പറ്റി
സമഗ്രമായി വിലയിരുത്തിക്കൊണ്ടാണ്
അവതാരിക എഴുതിയിട്ടുള്ളത്.
സാറിന്റെ വാക്കുകൾ ഒരു അവാർഡായി കരുതി
ഞാൻ ഹൃദയത്തോടു ചേർക്കുന്നു.

ഇതിലെ ചിത്രങ്ങൾ തയ്യാറാക്കി തന്ന
വിദ്യാർത്ഥികളായ അനുരാഗിനോടും
വൈശാന്തിനോടും നന്ദി പറയുന്നു.

പി.സി. മണിയൻ

കവിതകൾ

മാമ്പഴക്കാലം 09
മഴവില്ല് 10
നിലാവ് 11
അമ്പിളിമാമൻ 12
മിന്നാമിന്നി 13
ടെലഫോൺ 14
കിളിപ്പാട്ട് 15
വായന മനസ്സിന് ഭക്ഷണം 16
ഒരു കടങ്കഥ 17
കടങ്കഥ - രണ്ട് 18
വീട്ടുകലഹം 19
കുന്നിമണി 20
പൂവൻകോഴി 21
നിറങ്ങൾ 22
ഒരു സന്ധ്യ 23
തവളപ്പാട്ട് 24
പ്ലാവും ചക്കയും 25
കാക്ക 26
എന്റെ അമ്മ 27
മുല്ല 28
സന്ധ്യയ്ക്കു വിരിയുന്ന പൂക്കൾ 29
വായനാദിനത്തിൽ ഒരു കുയിൽപ്പെണ്ണ് 31
വിത്ത് 32
പൂക്കൾ 33
പച്ചക്കറികൾ 34
ഇടിമിന്നൽ 35
ആന 36
കാക്കക്കൂട് 37
പട്ടിയും പൂച്ചയും 38
ഒരു ആഴ്ചയിൽ 39
ദാനശീലയും കുട്ടിയും 40
മെഴുകുതിരി 41
മണ്ടൻ കിട്ടൻ നായ 42
കിണറ്റിൽ വീണ കുറുക്കൻ 43
ആനയും തയ്യൽക്കാരനും 45
ബുദ്ധിയുള്ള ആട്ടിൻകുട്ടി 47
ബുദ്ധിയുള്ള കാക്ക 48
കാക്കയും അരയന്നവും 49
കാക്കയും കുറുക്കനും 51
തിത്തിരിപ്പക്ഷി 52
കിട്ടാത്ത മുന്തിരിങ്ങ പുളിക്കും 53
കൊക്കും ചെന്നായും 55
എലിയും സിംഹവും 57
ആമയും മുയലും 59
അത്യാഗ്രഹിക്ക് ഉള്ളതും നശിക്കും 61
പാട്ടു പാടാത്ത കഴുത 63
അനുകമ്പയുള്ള പ്രാവ് 65
സോനുവും മോനുവും 67
ഐക്യമത്യം മഹാബലം 69
പുൽക്കൂട്ടിലെ പട്ടി 71

മാമ്പഴക്കാലം

ചക്കരമാവിൻ കൊമ്പത്തെല്ലാം
ഉണ്ണികളുത്സവാഘോഷത്തിൽ
മാവിൻ ചില്ലകളേറിയ മോദം
ചിൽ ചിൽ മേളം കൊട്ടുന്നു
കൊട്ടിക്കൊട്ടി കയറിച്ചെന്ന്
മുട്ടുന്നവരൊരു മാങ്കനിയിൽ
മാങ്കനി ചെന്നു കരണ്ടു കരണ്ടാ-
മത്തിൽ മേളം മുറുകുന്നു.
നാലുമരക്കാർ കരക്കാരെത്തി
വാലു ചുഴറ്റി തുള്ളുന്നു
മേളം മുറുകി തുള്ളലു മുറുകി
മാമ്പഴമുത്സവമാകുന്നു
അതുണ്ണികൾ ഉത്സവമാക്കുന്നു. ■

മഴവില്ല്

മാനത്തെത്തി മഴക്കാലം
കാർമേഘങ്ങൾ കളിയാടി
മഴമേഘങ്ങളിൽ വാനിൽ വിരിയും
മഴവില്ലെങ്ങനെ പലനിറമായ്?
ഇരുണ്ട മാനത്തേഴു തരത്തിൽ
ആരു പകർന്നിതു പലവർണ്ണം
ജലബാഷ്പത്തിനു പകലോൻ നല്കിയ
വർണ്ണക്കുടയീ മഴവില്ല്. ■

നിലാവ്

മാനത്തെ കിണ്ണം കവിഞ്ഞൊഴുകി
പാരാകെ പാലു പരന്നൊഴുകി
പകലോൻ പകരുന്ന പാലാണ്
തിങ്കൾ വിളമ്പുന്ന പാലാണ്
നമ്മൾ കുളിക്കുന്ന പാലാണ്
രാത്രിയിൽ തൂകുന്ന പാലാണ്
സന്താപം നീക്കുന്ന പാലാണ്
നിലാവെന്നു പേരുള്ള പാലാണ്. ■

അമ്പിളിമാമൻ

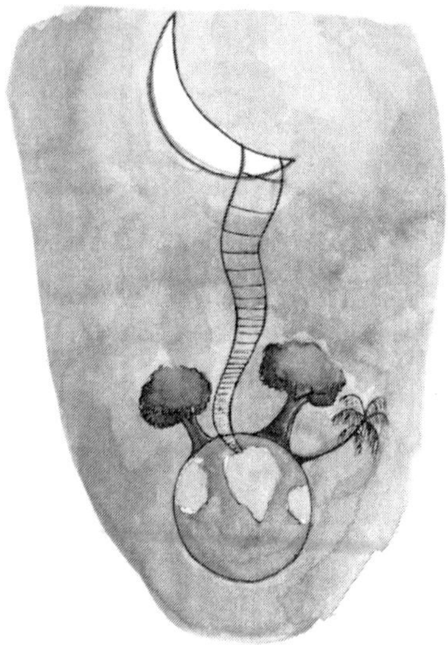

അമ്പിളി മാമാ
പേടിത്തൊണ്ടാ
പാണ്ടനെ പേടിച്ച്
മാവിന്റെ മണ്ടയിൽ
കേറിയിരിപ്പാണോ?
താഴെ വരാനൊരു
കോണി തരാം ഞാൻ
പാണ്ടനെ വേണെങ്കിൽ
പൂട്ടിയിടാം ഞാൻ
പന്തു കളിക്കൊന്നു കൂടാമോ?
കുഞ്ഞൻ മുയലിനേം കൂട്ടാമോ? ■

മിന്നാമിന്നി

മിന്നണ മിന്നണ മിന്നാമിന്നി
മിന്നി തിളങ്ങുന്ന മിന്നാമിന്നി
മാമന്റെ വീട്ടിൽ വിരുന്നിനു പോകുവാൻ
ഞെക്കുവിളക്കു പിടിച്ചു തരാം ഞാൻ
ഒറ്റയ്ക്കു പോകുവാൻ പേടിയാവില്ലേ
കൂട്ടിനു കൂടെ ഞാൻ വന്നിടാം നില്ല്
വഴിയറിയാതെ പറന്നു പോകല്ലേ
വഴി തെറ്റിപ്പോയി കുഴഞ്ഞു വീഴല്ലേ
വഴികാട്ടാൻ മുൻപേ പറന്നു വരാം ഞാൻ
വഴിപോലെ മാമന്റെ വീട്ടിലുമാക്കാം. ■

ടെലഫോൺ

കിണി കിണി, കിണി കിണി
ടെലഫോണലറിക്കരയുന്നു
അമ്മയെടുത്തു, ഉമ്മ കൊടുത്തു
പറയൂ എവിടെന്നാരാണ്?
വിരുന്നു വിളിക്കും പോലൊരു വിളിയിതു
മാസം തോറും പതിവാണ്.
ഇരുപത്താറിനു ബില്ലു വരുന്നു
മുറ തെറ്റാതെയടക്കേണം
അടുത്ത മാസം ബില്ലു വരുമ്പോൾ
ഇനിയൊരു ബല്ലടി അന്നേരം
ബില്ലേ ബില്ല് എന്നു പറഞ്ഞ്
ഇനിയൊരു ബല്ലടി കേട്ടീടാം
കിണി കിണി, കിണി കിണി
ടെലഫോണലറിക്കരയുന്നു. ■

കിളിപ്പാട്ട്

കിളികൾ മീട്ടും പല രാഗങ്ങൾ
കവികൾ കേട്ടു രസിച്ചെന്നോ
കവികൾ കേട്ടു രസിച്ച സ്വരങ്ങൾ
കവിതയിൽ വീണു മുളച്ചെന്നോ.
ഭാവന കൊണ്ടു ചമച്ചൊരു കള്ള
കഥയിതു, കേൾക്കുക ചങ്ങാതീ
കിളികൾ മീട്ടും പല വർണ്ണങ്ങൾ
ഇണക്കിളി കേൾക്കാനാണല്ലോ
ഇണക്കിളികൾക്ക് തിരിച്ചറിയാനായ്
കിളിനാദം പലസ്വരമായി
അങ്ങനെ പിന്നെ നമുക്കും പാടാൻ
സപ്തസ്വരങ്ങളുമുളവായി. ■

വായന മനസ്സിന് ഭക്ഷണം

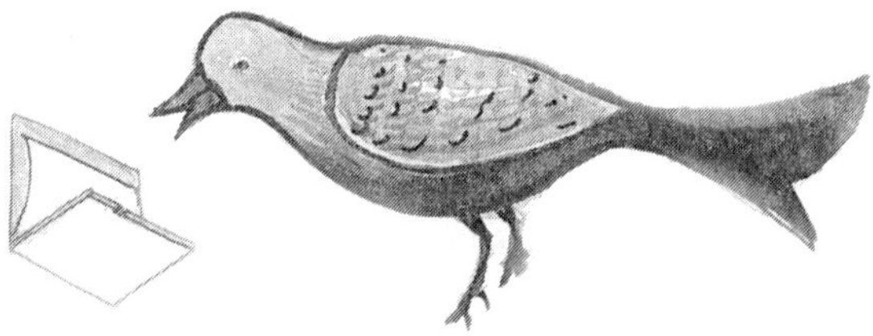

നമ്മൾ വിശക്കുമ്പോളെന്തു ചെയ്യും?
അമ്മ വിളമ്പുന്ന ചോറു തിന്നും
ചോറു തിന്നാലെന്തു സംഭവിക്കും?
കുട്ടികൾ നമ്മൾ വളർന്നു വരും
മനസ്സു വളരുവാനെന്തു വേണം
വായന കൊണ്ടതു സംഭവിക്കും?
വായിച്ചു വായിച്ചു വിജ്ഞാനത്തിൻ
വിത്തുകൾ വീണു മുളച്ചീടട്ടേ
വിജ്ഞാനത്തോടെ മനുഷ്യരെല്ലാം
വിശ്വരഹസ്യ മറിഞ്ഞിടട്ടേ. ■

ഒരു കടങ്കഥ

അടിക്കാത്ത മുറ്റം തോണ്ടാത്ത മുറ്റം
കുന്നുകൾതൊട്ടുമ്മ വെയ്ക്കുന്ന മുറ്റം
നമ്മുടെ മാമന്റെ വീടിന്റെ മുറ്റം
തുമ്പി പറന്നു കളിക്കുന്ന മുറ്റം
കാന്താരി പൂത്തു വിളങ്ങുന്ന മുറ്റം
വില്ലു കുലച്ചു വിരിയുന്ന മുറ്റം
കണ്ടിട്ടു മൈലുകളാടുന്ന മുറ്റം
മീനുകളോടി നടക്കുന്ന മുറ്റം
ആചാര വെടികൾ മുഴങ്ങുന്ന മുറ്റം
ഏതാണീ മുറ്റം എന്താണീ മുറ്റം
അറ്റമില്ലാത്തൊരീ മുറ്റം പറയുക. ■

കടങ്കഥ - രണ്ട്

ഞെട്ടിയില്ലാത്തവൻ
വട്ടം തികഞ്ഞവൻ.
കുട്ടികൾ കണ്ടാലതു
കിട്ടാതെ മാറാത്തവൻ
തിളയ്ക്കുന്നൊരെണ്ണയിൽ
കുളിച്ചു തോർത്തുന്നവൻ
ഉപ്പേരിമാരുടെ
ഒപ്പം നടപ്പവൻ
പായസം കണ്ടാ-
ലെടുത്തു ചാടുന്നവൻ
ചൊറിയും ചിരങ്ങും
പിടിച്ചു ചാവുന്നവൻ. ■

വീട്ടുകലഹം

തള്ളക്കോഴികൾ കൊത്തിട്ടോടി
പിള്ളക്കോഴികൾ പേടിച്ചോടി
കാക്കകൾ കുഞ്ഞിനെ റാഞ്ചാനോടി
പൂവൻ കാക്കയെ കൊത്താനോടി
കാക്കകൾ കുഞ്ഞിനെ ഇട്ടേച്ചോടി
വീട്ടിൽ കലഹം ഒരിക്കലുമരുത്. ■

കുന്നിമണി

പെട്ടകം പൊട്ടി വിരിഞ്ഞ പെണ്ണ്
കുന്നി മരം തന്ന കുഞ്ഞു പെണ്ണ്
തത്തി തത്തി പോകും കുഞ്ഞുപെണ്ണ്
കൺമഷി വാരിയെഴുതി പെണ്ണ്
ചെമ്പട്ടു സാരിയുടുത്തു പെണ്ണ്
ഓടിക്കളിക്കുന്നു കുഞ്ഞു പെണ്ണ്
കണ്ണും ചിരട്ടേലൊളിച്ചു പെണ്ണ്
ഉണ്ണി പറഞ്ഞാലിറങ്ങും പെണ്ണ്
ഉണ്ണിയോടൊത്തു കളിക്കും പെണ്ണ്
കുന്നിമണിയെന്ന കുഞ്ഞു പെണ്ണ്. ■

പൂവൻകോഴി

പുരയുടെ മുകളിൽ നിൽക്കുന്നുണ്ടൊരു പുവൻ കോഴി.
മാവേലിയെ നാം കൂകി വരിക്കും പോലെ
സൂര്യനെ കൂകി വരവേൽക്കുന്നു പൂവൻകോഴി
കുടുംബാംഗങ്ങളെ രക്ഷിക്കുന്നതു പൂവൻകോഴി
തലയിൽ ചെത്തി പൂക്കൾവിരിഞ്ഞൊരു പൂവൻകോഴി
അഹങ്കാരം കൊണ്ട് അങ്കവാൽ വച്ചൊരു പൂവൻകോഴി
കാണാൻ എന്തൊരു കൗതുകമെൻെറ പൂവൻകോഴി
തീറ്റ തിരഞ്ഞാൽ മക്കളെയെല്ലാം
കൊക്കി വിളിക്കും പൂവൻകോഴി
പാമ്പ്, പരുന്ത്, തുടങ്ങി രിപുക്കളെ
ഓട്ടിയകറ്റും പൂവൻകോഴി.
മാതൃകയായൊരു ഗൃഹനാഥൻ താൻ പൂവൻകോഴി. ■

നിറങ്ങൾ

ആഴക്കടലിനു നീലനിറം
പച്ചിലകൾക്കു പച്ചനിറം
കൊറ്റികൾ കാട്ടും വെള്ളനിറം
കാക്ക പറഞ്ഞ കറുപ്പു നിറം
ചെത്തിപ്പൂവു ചുവപ്പുനിറം
കുറിഞ്ഞിപ്പൂവു വൈലറ്റുനിറം
ഇനിയും വളരെ നിറങ്ങൾ അണിഞ്ഞ്
ഭൂമിയുമേറെ മനോഹരിയായി
കുട്ടികൾ ആഹ്ലാദത്താൽ തുള്ളി. ■

ഒരു സന്ധ്യ

അമ്പിളിമാമന്റെ വീടിന്റെ മുറ്റത്ത്
അന്തിത്തിരികൾ തെളിഞ്ഞു
ആയിര,മായിരം ദീപങ്ങൾമുറ്റത്ത്
ആരോ കൊളുത്തി മറഞ്ഞു
കുമ്പ കുലുക്കിക്കൊണ്ടമ്പിളി അമ്മാവൻ
പൊട്ടിച്ചിരിച്ചു രസിച്ചു
ആ ചിരി വെണ്മയിൽ നമ്മുടെ മുറ്റവും
പാൽക്കടൽ ആയി വിളങ്ങി
പാൽക്കടൽ ചാടിക്കളിക്കുന്ന കുട്ടികൾ
ചന്ദ്രകാന്തക്കല്ലെന്നു തോന്നി. ■

തവളപ്പാട്ട്

ഞാനില്ലെങ്കിൽ പേക്രോം പേക്രോം
പാട്ടുകൾ പാടാനാളില്ല
പേക്രോം പേക്രോം പാട്ടില്ലെങ്കിൽ
മഴയില്ലല്ലോ ചങ്ങാതി
മഴയില്ലെങ്കിൽ കാടില്ല
കാടില്ലെങ്കിൽ നാടില്ല
നാടില്ലെങ്കിൽ   ജനമില്ല
ജനമില്ലെങ്കിൽ ഭൂമിയിൽ വാഴും
ചൈതന്യം നിലനിൽക്കില്ല. ■

പ്ലാവും ചക്കയും

തൊടിയിലുണ്ടൊരു പ്ലാവ്
തേൻ വരിക്ക പ്ലാവ്.
പ്ലാവു നിറച്ചും ചക്ക
മുള്ളു പുതച്ചൊരു ചങ്ങാതി
മുള്ളുകൾ കൊണ്ടാൽ
മുറിയാത്ത
മുള്ളു മുറിച്ചാൽ തേൻ മധുരം
കള്ളൻ കേറി കട്ടാലും
കണ്ടാൽ മിണ്ടിയിരുന്നില്ല
മലയാളത്തിനു ചൊല്ലേറും
ചൊല്ലുകളനവധി ചക്കക്കും
ചക്കപ്പഴമിന്നാദ്യ പഴം
കേരള നാടിന്നഭിമാനം
അർഹതയുള്ളതിന്നാദരവ്
മലയാളത്തിൽ ചക്കയ്ക്കും
നട്ടു നനച്ചതു കണ്ടില്ല
വളമിട്ടവനെ കണ്ടില്ല
എന്നിട്ടും ഫലമേകുന്നു
നന്മത്തേൻ കുടമീച്ചക്ക
*ചക്ക പ്രഥമൻ സിന്ദാബാദ്. ■

* ചക്ക കേരളത്തിന്റെ പ്രഥമ ഫലമായി സർക്കാർ അംഗീകരിച്ചു. ചക്ക കൊണ്ടുള്ള രസികൻ വിഭവമാണ് ചക്കപ്രഥമൻ.

കാക്ക

കൂരിരുട്ടിന്റെ നിറമെന്നാലും - നല്ല
കൂർമ്മ ബുദ്ധിക്കാരി കാക്ക
സ്വന്തക്കാരാപത്തിൽ പെട്ടാൽ - കരൾ
നൊന്തു വിളിച്ചു കരയും
കൂട്ടുകാരോടി അടുക്കും - പിന്നെ
ആപത്തിലാളെ രക്ഷിക്കും
കൂടുതൽ ഭക്ഷണം കണ്ടാലവൾ
കൂട്ടുകാരെ വിളിച്ചൂട്ടും
പക്ഷിയാണെങ്കിലും തെല്ലു - പോലും
പക്ഷഭേദമില്ല ചൊല്ലാൻ
അല്പം അഴുക്കു കണ്ടെന്നാലവൾ
കെല്പ്പു പോൽ കൊത്തി വലിക്കും
കോഴി കൂകിയാലനങ്ങാത്ത പെണ്ണ്
കാക്ക വിളിച്ചാലുണരും
പക്ഷികളിൽ ബുദ്ധിശാലി - നല്ല
സോഷ്യലിസ്റ്റാശയക്കാരി. ■

എന്റെ അമ്മ

അമ്മ എന്റെ അമ്മ
എന്തു നല്ലൊരമ്മ
ഉമ്മ തരുമമ്മ
പാലു തരുമമ്മ
കൊഞ്ചി കൊഞ്ചി
കൊഞ്ചിച്ചങ്ങനെ
ചോറു തരുമമ്മ
അമ്മാവനെ ചൂണ്ടി
അം വെയ്ക്കുന്നോരമ്മ
അം വെച്ച് അം വെച്ച്
അപ്പടി തിന്നാൽ
ഉമ്മ തരുമമ്മ. ■

മുല്ല

മുല്ലച്ചെടിയേ പൂമുല്ലേ നിൻ
ചൊല്ലുകൾ ചൊല്ലുക മലയാളത്തിൽ
മുല്ലപ്പൂമ്പൊടിയേറ്റു കിടക്കും
കല്ലിനുമുണ്ടാമൊരു സൗരഭ്യം
ചൊല്ലുകളിങ്ങനെയെത്ര നിറഞ്ഞു
ചൊല്ലേറുന്നൊരു മലയാളത്തിൽ
പകലവനോടു പിണങ്ങീട്ടാണോ
പകലേ രാത്രിയിൽ വന്നു വിരിഞ്ഞു
അല്ലാ പനിമതി പറഞ്ഞിട്ടാണോ
അല്ലലകന്നൊരു രാത്രിയിൽ വന്നു
അല്ലാ അളിയുടെ വിളികേട്ടിട്ടോ
സല്ലാപത്തിനു രാത്രിയിൽ വന്നു
അല്ലാ നിന്റെ വിശുദ്ധി വിളങ്ങാൻ
അല്ലിതു നല്ലതു സുന്ദരി മുല്ലേ. ■

സന്ധ്യയ്ക്ക് വിരിയുന്ന പൂക്കൾ

ഞങ്ങൾക്ക് സ്വന്തമായൊരു പൂന്തോട്ടമുണ്ട്
അവിടെ സന്ധ്യയ്ക്ക് വിരിയുന്ന പൂക്കളുണ്ട്
ഞങ്ങളെഴുതുന്ന കവിതകൾക്ക്
വൃത്താലങ്കാരങ്ങൾ താനേ വിരിയുന്നു

ഞങ്ങൾക്ക് സംസാരിക്കാൻ
സ്വന്തമായ ഭാഷയും വ്യാകരണവുമുണ്ട്
മൗനത്തിന്റെ അച്ചുതണ്ടിൽ അത് .
താനേ തിരിയുന്നു
ശബ്ദത്തേക്കാൾ തീവ്രമാണ് മൗനം
എങ്കിലും ഞങ്ങൾ ഊമകളല്ല

പലപ്പോഴും കഥ പറഞ്ഞ് അവൾ കരയുകയും
ഞാൻ ചിരിക്കുകയും ചെയ്യും

അപ്പോൾ അവൾ ദേഷ്യത്തോടെ
വേദനയുള്ള ഒരു പിച്ചു തരും
മനുഷ്യ ജീവികൾ ഇടിവാൾ
എന്നു പറഞ്ഞു കേട്ടിട്ടുണ്ട്

ഓർക്കാപ്പുറത്ത് മാറിൽ പോറലേൽക്കുന്ന
റോക്കറ്റുകൾ അവളും ഏറ്റു വാങ്ങിയിട്ടുണ്ട്
അതിലൊന്നും ഞങ്ങൾക്ക് പരിഭവമില്ല
ഞങ്ങൾ അപ്പോൾ ഭൂമിയും ആകാശവുമാകും
*പറവകളേപ്പോലെ ഒരുമിച്ച് പറന്നു കളിക്കും. ■

---

* പ്രപഞ്ചം സദാ ചലിച്ചുകൊണ്ടിരിക്കുന്നു

വായനാദിനത്തിൽ
ഒരു കുയിൽപ്പെണ്ണ്

ഇനിയും കാക്കയെ
കഷ്ടപ്പെടുത്തുന്നതു ശരിയല്ല
എന്റെ കുഞ്ഞുങ്ങളെ ഞാൻ തന്നെ വളർത്തും
വായിച്ചുകൊണ്ട് എല്ലാവരും
എല്ലാം അറിയാൻ ശ്രമിക്കുകയാണ്
ഏതു വിജ്ഞാന വിസ്ഫോടനത്തേയും
നമുക്ക് വായന കൊണ്ട് മറികടക്കാം
പാട്ടുകച്ചേരിയുടെ തിരക്കിൽ
കുയിൽപ്പെണ്ണും
വായിക്കാൻ സമയം കണ്ടെത്തിയിരിക്കുന്നു
അവൾ വായിച്ച് ചരിത്രം തിരുത്തുകയാണ്
തത്ത്വശാസ്ത്രങ്ങൾ
തകിടം മറിയട്ടേ
അവൾ സ്വന്തമായി കൂടുണ്ടാക്കാനും
നല്ല മുട്ടയിടാനും അടയിരിക്കാനും
കുഞ്ഞുങ്ങളെ പോറ്റാനും പഠിച്ചിരിക്കുന്നു
പാട്ടു പാടി വിളിച്ചു വരുത്തിയ ആണൊരുത്തനെ
വീട്ടുകാര്യങ്ങളിൽ സഹകരിപ്പിക്കാനും
അവൾ സാമർത്ഥ്യം കാട്ടിയിരിക്കുന്നു
വായന സൃഷ്ടിച്ച അത്ഭുതം
*വായനാദിനം വിജയിക്കട്ടെ. ■

---

* ഒരു പത്രവാർത്തയെ അവലംബിച്ച് എഴുതിയത്

വിത്ത്

വായന
വിപ്ളവത്തിന്റെ വിത്താകുന്നു
വിത്ത് നിഷേധിച്ച്
ഒരു ഫലവൃക്ഷം പിറവിയെടുക്കുന്നു
ചുവന്ന പ്രഭാതം
പ്രഭ വിതറുന്നു
ഇലകളും പൂക്കളും ഉണ്ടാകുന്നു
സൽഫലങ്ങൾ നിറയുന്നു
കുട്ടികൾ
ആഹ്ലാദിക്കുന്നു. ■

പൂക്കൾ

പച്ചിലക്കാടുകൾക്കുള്ളിൽ നിന്നും
മൊട്ടിട്ടു വിരിയുന്ന പൂക്കൾ ഞങ്ങൾ
വർണ്ണം പലതായി ശോഭിക്കുമെങ്കിലും
നിറഭേദമില്ലാതെ ഗന്ധമേകും
ശലഭക്കിടാങ്ങളെ കാത്തിരിക്കുന്നോരോ
പൂമാതും തേൻ കിണ്ണം തലയിലേന്തി
മക്കൾക്കുവേണ്ടി നൽഭോജ്യങ്ങളായൊരു
മാതാവു കാത്തിരിക്കുന്നപോലെ
മറ്റുള്ളവർക്കായ് വിരിഞ്ഞു കൊഴിയുന്ന
നിസ്വാർത്ഥ സേവകരല്ലോ പൂക്കൾ
വിരിയുമ്പോൾ വിശ്വമലങ്കരിച്ചീടുന്നു
വീഴുമ്പോൾ മണ്ണിന് വളമേകുന്നു
സാമൂഹ്യസേവനമല്ലോ പ്രകൃതിയിൽ
കാണുന്നതൊക്കെയും പൂക്കൾപോലെ. ■

പച്ചക്കറികൾ

വരി വരിയായി വരുന്നുണ്ടേ
പച്ചക്കറികൾ വരുന്നുണ്ടേ
വടി പോലുള്ള മുരിങ്ങയ്ക്കാ
വടിയും തല്ലി വരുന്നുണ്ടേ
ഉരുണ്ടുരുണ്ട് വരുന്നുണ്ട്
ഉരുളൻ സാമ്പാറിനു കൊള്ളാം.
കുമ്പളങ്ങാത്തലയന്മാർ
കുമ്പ കുലുക്കി വരുന്നുണ്ട്
സവാളയും തക്കാളിയും
കൂട്ടം കൂടി വരുന്നുണ്ട്
സാമ്പാറുണ്ടോ വെണ്ടയ്ക്ക
വേണ്ടന്നാരും പറയില്ല
കയ്പ്പു നിറഞ്ഞൊരു കൈപ്പയ്ക്ക
വേണ്ടന്നുണ്ടോ വാങ്ങണ്ട
തോരനു വേണ്ടേ ക്യാബേജ്
പോരെന്നാരും പറയില്ല,
വരി വരിയായി വരുന്നുണ്ടേ
പച്ചക്കറികൾ വരുന്നുണ്ടേ. ■

ഇടിമിന്നൽ

കടലിൽ നിന്നും ജലബാഷ്പങ്ങൾ
മാനത്തെത്തി മഴക്കാറായ്
മാനത്തെത്തിയ കാർമുകിൽ വീണ്ടും
കാറ്റു പിടിച്ചു കറക്കുന്നു
കാറ്റു പിടിച്ചു കറക്കുന്നവനൊരു
കൂറ്റൻ ശക്തി ഹരിക്കുന്നു
കൂറ്റൻ ശക്തികൾ തമ്മിലടുത്താൽ
കൂട്ടിയിടിച്ചു കളിക്കുന്നു
കൂട്ടിയിടിച്ചാൽ ഭീതിദമാകും
മിന്നൽപിണർ നാം കാണുന്നു
മിന്നൽ പിണരൊരു പ്രവാഹമായി
മണ്ണിൽ വന്നു പതിക്കുന്നു
മിന്നൽ പിണരിനു പിന്നാലെ നാം
വൻ ഇടി നാദം കേൾക്കുന്നു. ■

ആന

ആന നല്ലൊരാന
ആനക്കാരൻ ചേനൻ
കരിയെന്നാലവനാന
കരയിൽ വലിയവനാന
അരയിൽ ചങ്ങല തൂക്കി
തെരുതെരെയോടുന്നാന
വടിയും തോട്ടിയുമേന്തി
ചേനൻ പിറകെയോടി
ഓട്ടം കാട്ടിൽ തീരട്ടേ
ചേനൻ തിരികെപോരട്ടേ. ■

കാക്കക്കൂട്

കാക്കേ കാക്കേ കാക്കച്ചി
കമ്പുകൾ തിരയുവതെന്തിനു നീ
കഞ്ഞിക്കുള്ളൊരു വിറകാണോ
കുഞ്ഞുങ്ങൾക്കൊരു കൂടാണോ
കുഞ്ഞേ കുഞ്ഞേ കുഞ്ഞുങ്ങൾക്ക്
കൂടുണ്ടാക്കാൻ പോകുന്നു
കൂനൻ മാവിൻ കൊമ്പിലൊരു
കൂടുണ്ടാക്കുവാൻ പോകുന്നു
ഏണേ കോണേ തിരുകോണേ
കൂടായല്ലോ കുട്ടികളേ. ■

പട്ടിയും പൂച്ചയും

പട്ടിയും പൂച്ചയുമെപ്പോഴും
വീട്ടിൽ കലഹത്തിൽത്തന്നെ
പട്ടിക്കു വാതിൽപ്പടിവരെ പോകാം
പൂച്ചയ്ക്കു വീട്ടിൽ എവിടെയുമാകാം
ചുണ്ടെലി തേടി പോകുന്ന കാര്യം
പണ്ടു തൊട്ടുള്ള കള്ളക്കഥകൾ
കണ്ണുമടച്ചിരുട്ടാക്കുന്നു പൂച്ച
പാലു തട്ടിക്കുടിക്കുന്നു കള്ളൻ
വീടു കാക്കുന്ന പട്ടിക്കു കൊട്ട്
കട്ടു തിന്നുന്ന പൂച്ചയ്ക്കു മുത്തം
പട്ടിയും പൂച്ചയും തമ്മിൽ
ശത്രുവായ കഥയിതു തന്നെ. ■

ഒരു ആഴ്ചയിൽ

ആഴ്ചക്കേഴു ദിവസങ്ങൾ
കാഴ്ചയിലെല്ലാമൊരു പോലെ
ഏഴുതിരി നിറദീപം പോൽ
ഓരോ ദിവസവുമുണരുന്നു
ഓരോ ദിവസവുമറിയുന്നു
ഓരോ ഗ്രഹത്തിൻ പേരോടെ
ഞായർ മാത്രം സൂര്യന്റെ
തിങ്കൾ നമ്മുടെ ചന്ദ്രന്റെ
ചൊവ്വ ചെമ്പൻ ചിരിയോടെ
ബുധനോ വലിയ പ്രകാശത്തോടെ
വ്യാഴം വലിയ ഗ്രഹം തന്നെ
വെള്ളി കള്ളച്ചിരിയോടെ
ശനിയാഴ്ചക്കോ ശനിഗ്രഹവും. ■

ദാനശീലയും കുട്ടിയും

മുറ്റത്തൊരറ്റത്തു മുല്ലയുണ്ട്
മുല്ലയിൽ ധാരാളം പൂക്കളുണ്ട്.
മൂളിപ്പാട്ടും പാടി വണ്ടു വന്നു
തേനുണ്ടു വണ്ടു തിരിച്ചു പോയി.
പൂമ്പാറ്റ നൃത്തം കളിച്ചു വന്നു.
പൂവിലെ തേനെല്ലാം കൊണ്ടു പോയി.
തേനീച്ച വന്നപ്പോൾ തേനുമില്ല
പൂമ്പൊടിവാരി പറന്നു പോയി.
വിരുതനാം മാരുതൻ പിന്നെ വന്നു
സൗരഭ്യമാകവേ കൊണ്ടു പോയി.
ദാനശീല, മുല്ല പൂക്കൾ വീണ്ടും
ആരെയോ കാക്കുന്ന പോലെ തോന്നി.
മുറ്റത്തെ വീട്ടിലെ മാളു വന്നു
പൂക്കളിറുത്തു മുടിയിൽ വച്ചു
മുടിയിലിരുന്നവ പുഞ്ചിരിച്ചു.
പുഞ്ചിരി കണ്ടിട്ടു ഞാൻ കരഞ്ഞു
ദാനശീലർക്കെന്തു സംഭവിക്കും. ■

മെഴുകുതിരി

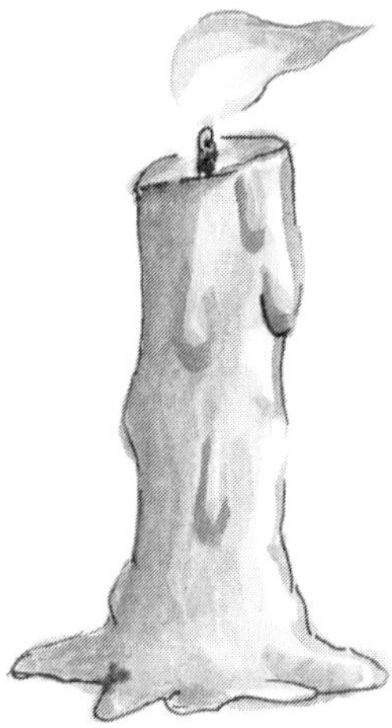

കറണ്ടു പോയാൽ ഞാൻ വേണം
വെള്ളി വെളിച്ചം തൂകിടുവാൻ
ആഘോഷത്തിനു ഞാൻ വേണം
ഘോഷയാത്രയ്ക്കു മിഴിവേകാൻ
ഭക്തജനത്തിനു ഞാൻ വേണം
പ്രാർത്ഥന കാര്യക്ഷമമാകാൻ
സമരക്കാർക്കും ഞാൻ വേണം
സമരമുഖത്തിനു തെളിവേകാൻ
പിറന്നാളായാൽ ഞാൻ വേണം
ആഘോഷത്തിനു നിറവേകാൻ
എന്നാൽ കേക്കു മുറിക്കുമ്പോൾ
എന്നെ ആട്ടിയകറ്റുന്നു. ■

മണ്ടൻ കിട്ടൻ നായ

പണ്ടൊരുപട്ടി വിശന്നു നടക്കുമ്പോൾ
കണ്ടു വലുതായൊരെല്ലുംമുട്ടി
ആരെയും കാട്ടാതെ തിന്നാനുള്ളാശയിൽ
എല്ലു കടിച്ചും കൊണ്ടോടി കിട്ടൻ
ഓടും വഴിക്കൊരു തോടു കടക്കേണം
തടിയിട്ടപാലം കരേറിടേണം
പാലത്തിൽ നിന്നവൻ താഴേക്കു നോക്കുമ്പോൾ
വെള്ളത്തിൽ വേറൊരു നായയെക്കണ്ടു.
കിട്ടനുണ്ടായൊരു ദേഷ്യത്തിൽ പെട്ടെന്നാ-
പട്ടി കുരച്ചു കുരച്ചു ചാടി
വായിൽ പിടിച്ചിരുന്നെല്ലിൻ കഷണമോ
വാരിയിൽ പെട്ടെന്നു വീണുപോയി.
വെള്ളത്തിലുണ്ടായൊരോളത്തിൽ നായയും
വന്നപോലങ്ങനെ മാഞ്ഞു പോയി
സ്വപ്നത്തിൽ കാണുന്ന ചിത്രങ്ങളെല്ലാമേ
കണ്ണു തെളിയുമ്പോൾ പോകും പോലെ
വായനയില്ലാത്ത നായയ്ക്കറിയുമോ
തോയത്തിൽ തൻ നിഴലല്ലോ കണ്ടു. ■

കിണറ്റിൽ വീണ കുറുക്കൻ

ഇന്നാരെ പറ്റിക്കണം എന്ന ചിന്തയും കൊണ്ട്
ഒറ്റയ്ക്കു കാട്ടിലൊരു കുറുക്കൻ നടക്കുന്നു.
ചിന്തയിൽ മുങ്ങിപ്പോയ കുറുക്കൻ കാലും തെന്നി
കാന്താര പാതയോര ക്കിണറ്റിൽ വീണുപോയി.
പാടിയ പാട്ടശ്ശേഷം പാടിയിട്ടും സൃഗാലൻ
കാട്ടു കൂപത്തിൽ ഗതി കിട്ടാതെ കിടക്കുന്നു
കിണറ്റിൻകരയ്ക്കുണ്ടൊരാട് എന്തോ തിരയുന്നു
ദാഹിച്ച വെള്ളം തേടി വന്നതായിരിക്കണം
എന്താണു കുറുക്കച്ചാ കിണറ്റിലാണോ കുളി?
എന്തുണ്ട് വിശേഷിച്ച് കുശലം പറഞ്ഞാലും.
അല്ലടി ആടേ ഈ കിണറ്റിൻ വെള്ളത്തിനു
എന്തോരു മധുരം ഇതിൽ സർബ്ബത്തുചേർത്തിട്ടുണ്ട്

നിനക്കു വേണമെങ്കിൽ ചാടിയാൽ കുടിച്ചിടാം
വീണുപോകാതെ ഞാനും പതുക്കെ താങ്ങിക്കൊള്ളാം
കേട്ടതിൻ പാതിയോടും കേൾക്കാത്ത പാതിയോടും
ആടുണ്ട് കിണറ്റിലേക്കെടുത്തു ചാടീടുന്നു
ഉടനെ കുറുക്കച്ചൻ ആടിന്റെ മുതുകേറി
പുറത്തേക്കൊറ്റച്ചാട്ടം വഞ്ചകൻ തടിതപ്പി
രക്ഷപ്പെട്ടോടാൻ നേരം ഗോമായു പാടിപ്പോയീ
"ഏതൊരു കാര്യത്തിനും എടുത്തുചാടും മുമ്പേ
മേലുകീഴ് ചിന്തിക്കണം യോഷിന്മണി സുന്ദരീ." ■

ആനയും തയ്യൽക്കാരനും

ആനക്കമ്പക്കാരൻ തയ്യൽക്കാരൻ ഒരു
കൊമ്പനാനയ്ക്കു പഴം കൊടുത്തു.
പത്തും പലദിനം പിന്നിട്ട കൗതുകം
കൊമ്പനാനയ്ക്കു ഹരം പകർന്നു.
എല്ലാ ദിവസവും പോകുംവഴിക്കവൻ
വല്ലാത്ത ഭക്തിയാൽ കൈ നീട്ടിനിൽക്കും
തയ്യൽക്കാരൻ നല്ല പൂവൻപഴം കൊണ്ട്
കൊമ്പനെ ലാളിച്ചു സൽക്കരിക്കും
ആനയ്ക്കൊരുദിനം ഒന്നും കൊടുക്കുവാൻ
ആനക്കമ്പക്കാരൻ വാങ്ങിയില്ല.
അന്നും പതിവുപോൽ ആന വന്നു കൈയ്യും
നീട്ടി പിടിച്ചു വിനയമോടെ.

ഒട്ടും മടിച്ചില്ല തയ്യൽക്കാരൻ തന്റെ
സൂചികൊണ്ടാനയെ കുത്തിയത്രേ.
കൊമ്പനാനഭാവമാറ്റങ്ങൾ കൂടാതെ
തുമ്പിക്കൈ പെട്ടെന്നു പിൻവലിച്ചു.
കുളികഴിഞ്ഞാന വരുംവഴി കടയുടെ
മുൻപിൽ കുറച്ചിട നിന്നു ചെമ്മേ.
കൈയിൽ കരുതിയ വെള്ളമൊന്നാകവേ
തയ്യൽ കടയിലേ ചീറ്റി വേഗം
എല്ലാം നനഞ്ഞു നശിച്ചു കടയിലെ
സർവ്വതും വെള്ളത്തിൽ മുങ്ങിപ്പോയി.
തയ്യൽക്കാരൻ അപ്പോൾ പശ്ചാത്താപം കൊണ്ട്
എല്ലാം മറന്നു പകച്ചുപോയി. ■

ബുദ്ധിയുള്ള ആട്ടിൻകുട്ടി

പണ്ടൊരു കാട്ടിലൊരാട്ടിൻകുട്ടി
അമ്മയെ അന്വേഷിച്ച് നടന്നു
കാട്ടിൻ നടുവിൽ പെട്ടവളപ്പോൾ
ദുഷ്ടൻ നരിയുടെ മുൻപിൽ പെട്ടു.
നിന്നെ തിന്നാൻ പോവുകയാണെ -
ന്നൂളൻ ചതിയൻ കൂകി വിളിച്ചു
എന്റെയൊരിഷ്ടം സാധിപ്പിച്ചാൽ
നിന്റെയൊരിഷ്ടം ഞാനും നൽകാം
അവസാനത്തെ ആഗ്രഹമല്ലേ
അനുവാദം ഞാൻ തന്നീടുന്നു
ചേട്ടൻ പാടണം അതു കേട്ടാടണം
അഭിലാഷം കുഞ്ഞാടറിയിച്ചു
കൊതിമൂത്തൂളൻ പാട്ടുതുടങ്ങി
അജ ബാലികയവളിളകി തുള്ളി
ഊളൻ ഓലിയിടുന്നതു കേട്ടപ്പോൾ
കാട്ടിലെ നായ്ക്കളുമോടിയണഞ്ഞു
നരിയുടെ പൊടിയും കണ്ടില്ലവിടെ
ഇരയും പെട്ടെന്നോടിമറഞ്ഞു. ■

ബുദ്ധിയുള്ള കാക്ക

ദാഹിച്ചുവലഞ്ഞൊരു
കാക്കയുണ്ടൊരു ദിനം
കുംഭത്തിൻ വക്കിൽ ചെന്നു
വെള്ളമന്വേഷിക്കുന്നു
പാത്രത്തിൽ പകുതിയും
ക്ഷീരമുണ്ടല്ലോ പക്ഷേ
കാക്കയ്ക്കു കുടിക്കുവാൻ
വയ്യാത്ത താഴത്തല്ലോ
കാക്കച്ചി പറന്നൊരു
കല്ലു കൊണ്ടിട്ടു വേഗം
ഘടത്തിൽ നീരും മെല്ലെ
ഉയർന്നുവന്നുവല്ലോ
കല്ലുകൾ വീണ്ടും വീണ്ടും
നിക്ഷേപിച്ചപ്പോൾ
നീർ നിരപ്പുയർന്നതിൽ
കാകനു സന്തോഷമായ്
ആവോളം ജലം പാനം
ചെയ്തു വയർ നിറഞ്ഞപ്പോൾ
ആമോദത്തോടെ കാക്ക
പറന്നു തന്റെ പണിക്കു പോയ്. ■

കാക്കയും അരയന്നവും

പണ്ടൊരു കാക്ക മണ്ണിര ഞാഞ്ഞൂൽ
പുഴുക്കൾ എന്നിവ ഭക്ഷിച്ചു.
സന്തോഷിച്ചവൾ മോടിവിടാതെ
ആർഭാടത്തൊടു ജീവിച്ചു.
അന്നൊരു ദിവസമൊരരയന്നത്തെ
കണ്ടു ഭ്രമിച്ചവൾ മോഹിച്ചു.
എന്തൊരു ഭംഗി, എന്തൊരു കാന്തി
എന്തു വെടിപ്പവനരയന്നം.

രാവും പകലും വെള്ളത്തിൽക്കുളി
എന്തു വെളുപ്പവനെന്റമ്മോ.
എന്നു നിനച്ചവളന്നു നിറുത്തി
ചെറുജീവികളുടെ ഭക്ഷണവും.
പോരാ പകലും രാത്രിയുമാക്കിളി
തോരാതങ്ങു കുളിക്കുന്നു.
ദിനചര്യയില്ല ഭക്ഷണമില്ല
കാകൻ കഷ്ടം തളരുന്നു.
പിന്നെ കാകനു ബോധ്യം വന്നു
കാക്ക കുളിച്ചാൽ വെളുക്കില്ല.
അതുല്യസ്ഥാനത്തോരോ പക്ഷിയു
മമൂല്യമെന്നതു കരുതേണം. ■

കാക്കയും കുറുക്കനും

രാവിലെ കിട്ടിയൊരപ്പക്കഷണം
കൊക്കിലുടക്കി കൊണ്ടൊരു കാക്ക
കൊതിമൂത്ത കുറുക്കൻ ചതിയൻ
കാക്കയെ നോക്കിയിങ്ങനെ ചൊല്ലി
കാക്കേ, സുന്ദരി ചേച്ചീ നിന്നുടെ
പാട്ടും മധുരം സ്വരവും മധുരം.
മധുരസ്വരത്തിൽ പാടുക സുന്ദരി
പാട്ടുകൾ ചേട്ടൻ കേട്ടീടട്ടേ
വ്യാജസ്തുതിയിൽ വിളങ്ങിയ കാക്ക
പാടാനപ്പോൾ വായ പിളർന്നു.
അപ്പക്കഷണം താഴെച്ചാടി
അപ്പോൾ ചതിയൻ ചാടി എടുത്തു
അപ്പം തിന്നവൻപോകും പോക്കിൽ
മൂളിപ്പാട്ടും പാടിപ്പോയി. ■

തിത്തിരിപ്പക്ഷി

ഒരു വേട്ടക്കാരൻ ഒരു തിത്തിരിപ്പക്ഷിയെ
വലവെച്ചു പണ്ടു പിടിച്ചിരുന്നു
വലയിൽപിടഞ്ഞൊരാതിത്തിരിപ്പക്ഷിയൊ-
ന്നടവൊന്നുമാറ്റി പറഞ്ഞുവത്രേ.
"എന്നെ വിട്ടാലെന്റെ കൂട്ടുകാരെല്ലാരേം
തിന്നുവാൻ വേടാ വിളിച്ചു നൽകാം."
"നിന്നെ വിടാനിനി സാദ്ധ്യമാകില്ലല്ലോ
വഞ്ചകൻ നീയെന്നു ബോധ്യമായി."
സ്വന്തലാഭത്തിനായുറ്റ മിത്രങ്ങളെ
ഒറ്റു കൊടുക്കല്ലേ കൂട്ടുകാരെ. ■

കിട്ടാത്ത മുന്തിരിങ്ങ പുളിക്കും

കാട്ടിൽ വസിക്കും കുറുക്കനൊരു ദിനം
നാട്ടിലെ തോട്ടത്തിൽ വന്നുപെട്ടു
ഞാവൽ പഴംപോലെ തൂങ്ങിക്കിടക്കുന്ന
മുന്തിരി തോപ്പുകണ്ടാനന്ദിച്ചു.
ഓർത്തു നാവിൽ വെള്ളമൂറി നിലയ്ക്കാതെ
ചീർത്ത കൊതിയാൽ കറങ്ങി വട്ടം
വട്ടം കറങ്ങിയൊരറ്റത്തു ചെന്നപ്പോൾ
മോലോട്ടു ചാടി വിഫലമായി.

ചാട്ടം പഠിക്കുന്ന കുട്ടിയെപ്പോലവൻ
ലക്ഷ്യത്തിലെത്താതെ വീണു പോയി.
അഞ്ചാറു വട്ടം കുതിച്ചു ചാടീ വീണ്ടും
നെഞ്ചടിച്ചു വീണു പിൻതിരിഞ്ഞു
രോഷം പൂണ്ടൂളൻ പറഞ്ഞൂ പുളിക്കുന്ന
മുന്തിരി വേണ്ടെടോ വേണ്ടെനിക്ക്
മുന്തിരി കിട്ടിയില്ലെങ്കിലും ഭാഷയ്ക്ക്
ചിന്ത വേറിട്ടൊരു ശൈലി കിട്ടി.
അന്തരംഗത്തിൽ അഭിമാനപൂരിതൻ
ജംബുകൻ നാട്ടിലും പേരെടുത്തു. ■

കൊക്കും ചെന്നായും

ആർത്തി മൂത്തൊരു ചെന്നായ് ചീർത്തൊരു മൽസ്യത്തിനെ
കൂർത്ത പല്ലുകൾ കോർത്തു കാർന്നു തിന്നു വേഗം
മൂർച്ചയുള്ളൊരു മുള്ളു തൊണ്ടയിൽ കുരുങ്ങുന്നു
മുള്ളെടുക്കാനായ് ചെന്നായ് കൂട്ടരെ ചെന്നുകണ്ടു
സാധ്യമല്ലെന്നുകൂട്ടർ വാർത്ത കേട്ടതേ ചൊല്ലി
കൂട്ടുകാരോടിപ്പോയി ഒളിച്ചു വസിച്ചു പോൽ
ഒടുക്കം രക്ഷയ്ക്കായി കൊക്കിനെപ്പോയി കണ്ടു
കരഞ്ഞു പറഞ്ഞപ്പോൾ കൊക്കതു സമ്മതിച്ചു
കൊക്കൊരു ഡോക്ടറായി ചെന്നായ രോഗിയായി
മുള്ളെടുക്കുവാൻ വേണ്ട സന്നാഹമൊരുങ്ങുന്നു
മലർന്നു കിടക്കണം കണ്ണടയ്ക്കണം പിന്നെ
തല നേരെ വെയ്ക്കണം വായ് പൊളിക്കൂ കാണട്ടേ

കൊറ്റിയോ സാവകാശം കൊക്കുകൾ താഴ്ത്തി വായിൽ
മുള്ളുകൾ വലിച്ചൂരി കളഞ്ഞൂർജ്ജിതശ്രമം.
എന്റെ ഫീസടയ്ക്കണം അഞ്ഞൂറു ഞണ്ടു വേണം
ക്യാഷ്യർ പൂതയെക്കണ്ടു പറ്റു ചീട്ടെടുക്കണം
ഫീസെന്തുഫീസാ, പീസാക്കേണ്ടതുതന്നെയായിരുന്നല്ലോ
നീ നിന്റെ തലയെന്റെ വായിൽ വെച്ചു തന്നില്ലേ
കടിച്ചു കുടയാത്തതെൻ ഫീസായി തരുന്നു ഞാൻ
എന്റെ ഭാവം മാറ്റുവാൻ കാത്തു നിൽക്കാതെ വേഗം
കൂടണയുവാൻ നോക്കൂ, കുട്ടിയെ കാണേണ്ടേ
ദുഷ്ടന്മാർക്കുപകാരം ചെയ്യരുതൊരിക്കലും
കഷ്ടമുണ്ടാകും നമ്മൾ ശിഷ്ടരായിരുന്നാലും
ദുഷ്ടസർപ്പത്തിന്നു പാൽ വെച്ചു നീട്ടിയെന്നാലും
നീട്ടുന്ന കയ്യിൽ കടിക്കും മടിക്കാതെ. ■

എലിയും സിംഹവും

പണ്ടൊരു ചുണ്ടെലി കേസരി വീരന്റെ
ദേഹത്തുറക്കത്തിൽ വീണുവത്രേ.
മന്നവൻ സിംഹം ഗർജ്ജിച്ചു കൽപ്പിച്ചു പോൽ
നിന്നെ ഞാനിപ്പോൾ വക വരുത്തും.
എന്നെ കൊല്ലല്ലെന്റെ തമ്പുരാനേ കഷ്ടം
എന്നെലി താണുവീണുകരഞ്ഞു.
അൽപ്പം അലിവോടെ വിക്രമി വേഗത്തിൽ
കെൽപ്പില്ലാപാവത്തെ വിട്ടയച്ചു.
പോയപ്പോൾ ചുണ്ടെലി നന്ദിയോടെതന്നെ
പാണികൾകൂപ്പി പറഞ്ഞുപോലും.
എന്നെങ്കിലും ഒരു സന്ദർഭം വന്നെന്നാൽ
എന്നെക്കൊണ്ടാവുന്നതു ചെയ്തുകൊള്ളാം.

എലിയുടെ വാക്കുകൾ പുച്ഛഭാവത്തോടെ
ശൈലേയം തള്ളിക്കളഞ്ഞുവത്രേ.
ഏറെനാൾ ചെന്നപ്പോൾ സിംഹത്താൻ വേടന്റെ
വേട്ട വലയിൽ കുടുങ്ങിപ്പോയി.
രോദനം കേട്ടപ്പോൾ പണ്ടത്തെ ചുണ്ടെലി
കൂട്ടുകാരെക്കൂട്ടി വന്നു വേഗം.
മൂഷികരെല്ലാരും മാത്രനേരം കൊണ്ട്
വല പൊട്ടിച്ചാളിനെ രക്ഷിച്ചുപോൽ. ■

ആമയും മുയലും

ഒച്ചിഴയും പോലെ പോകുന്നൊരാമയെ
കൊച്ചുമുയൽ കണ്ടു കൈയടിച്ചു.
“ഇങ്ങനെ പോയാൽ നീ എന്നു വീടെത്തിടും”
എന്നു പറഞ്ഞു പരിഹസിച്ചു
“വേണ്ടി വന്നാൽ ഞാനും നിന്നേക്കാൾ വേഗത്തിൽ
മണ്ടാനെനിക്കാകും കൂട്ടുകാരാ.”
“എന്നാൽ നമുക്കൊരു പന്തയം വച്ചിടാം
മുന്നിൽ ആരെന്നതും നിശ്ചയിക്കാം.”
പന്തയം സമ്മതിച്ചാമ മുയലുമായ്
ഓട്ടം തുടങ്ങിയൊരുന്നം വെച്ച്
പാതി വഴി മുയൽ പിന്നിട്ടിട്ടും കാണാം
പാതയിൽ കൂർമ്മമിഴഞ്ഞുതന്നെ
ആമ വന്നാലിനിയിത്രയല്ലേ വരൂ

ആമയം തീർത്തിടാൻ നേരമായി
എന്നു നിനച്ചവൻ വിശ്രമം കൊണ്ടതും
പയ്യവേ കാറ്റേറ്റുറങ്ങിപ്പോയി.
വിശ്രമമെന്തന്നറിയാതെ ആമയും
ആ ശ്രമം നടന്നാദ്യമേ ലക്ഷ്യമെത്തി
ഓട്ടക്കാരൻ മുയൽ തോൽവിയും സ്വീകരി-
ച്ചാരെയും കാണാതെ പോയി വേഗം. ■

അത്യാഗ്രഹിക്ക്
ഉള്ളതും നശിക്കും

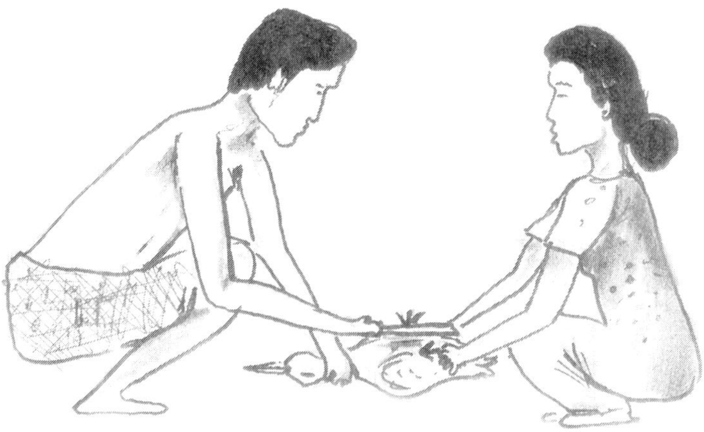

പണ്ടൊരു പാവം കൃഷിക്കാരൻ തന്നുടെ
താറാവു പൊൻമുട്ടയിട്ടിരുന്നു
നിത്യവും കിട്ടിയ പൊൻമുട്ട വിറ്റയാൾ
നിത്യവൃത്തിക്കു വഴിതെളിച്ചു
പട്ടിണി മാറിയാൽ മതിയോ മതിയില്ല
മതിമാൻ പണക്കാരനായിടേണം
ഭാര്യയോടെല്ലാം പറഞ്ഞു നിരൂപിച്ചു
കാര്യങ്ങളെല്ലാമേ നിശ്ചയിച്ചു
പൊൻമുട്ട തന്നീടും താറാവിനെ വയർ
കീറി പൊൻമുട്ടകൾ ശേഖരിക്കാം
ഒന്നിച്ച് പൊൻമുട്ട കിട്ടിയാൽ വിറ്റിട്ട്
പെട്ടെന്നു സമ്പന്നരായിടും നാം

ബുദ്ധിയില്ലാത്തൊരാ ദമ്പതീ ചിന്തയിൽ
പദ്ധതി തെറ്റായ് തെളിഞ്ഞു വേഗം
ഭാര്യയും ഭർത്താവും ചേർന്നു താറാവിനെ
കീറീ വയർ പാവം ചത്തു വീണു
രക്തവും മാംസവുമല്ലാതെ യാതൊന്നും
വ്യക്തമായില്ലതിമോഹികൾക്ക്
താൻചെയ്ത പാതകമോർത്തു മനം നൊന്തു
കർഷകൻ ഭൂമിയിൽ വീണുരുണ്ടു
അത്യാഗ്രഹി കയ്യിലുള്ളതും കളയുന്ന
സത്യമിതെത്ര പേർക്കിന്നറിയാം. ■

പാട്ടുപാടാത്ത കഴുത

പണ്ടൊരു കഴുതയ്ക്ക് പാട്ടുപാടണമെന്ന
മോഹംകൊണ്ടുണ്ടായൊരു കഥയൊന്നറിഞ്ഞാലും.
പാടത്തു പച്ചത്തുള്ളൻ കച്ചേരി നടത്തുന്നു
വാടിയ മുഖത്തോടെ ഗർദ്ദഭം നടക്കുന്നു.
എന്തുകൊണ്ടായിക്കൂടാ എനിക്കും ഗാനാലാപം
ചെയ്യുവാൻ കൊതിക്കുന്നു ഹൃത്തടം കുതിക്കുന്നു.
നിശ്ചയിച്ചപ്പോൾത്തന്നെ പച്ചത്തുള്ളനെക്കണ്ടു
കഴുത ചോദിക്കുന്നു "എന്തൊക്കെ പഠിക്കേണം
എന്തു ഭക്ഷണം വേണം കാംബോജിരാഗം മീട്ടാൻ
ചൊല്ലുവിൻ മഹാത്മാവേ ഗുരുവേ നമസ്കാരം

എനിക്കും രുചിക്കേണം ജീവിതം സുധാഹാരം
എനിക്കും വഴങ്ങേണം കല്യാണി രാഗം നാവിൽ."
"മഞ്ഞുതുള്ളികൾ മാത്രം കഴിച്ചാൽ മതി സുധാ-
സമസ്ത രാഗങ്ങളും നിൻ നാവിൽ വിളങ്ങീടും
മോഹനരാഗം കാതിൽ മുഴങ്ങും കഴുതയ്ക്ക്
മഞ്ഞുതുള്ളികൾ മാത്രം മതിയെന്നായി ചിന്ത
മഞ്ഞുതുള്ളികൾ നക്കിക്കുടിച്ച കഴുതയ്ക്ക്
മോഹനം ദാഹം ക്ഷുത്തും വലയ്ക്കുന്നു.
നാളുകൾക്കുള്ളിൽ പാവം വിശപ്പു സഹിക്കാതെ
പ്രേതലോകത്തെപൂകി പാട്ടുപാടുവാനാകാം
താൻ ചത്തു മീൻ പിടിച്ചാലാർക്കെന്തുപകാരം
വിനാശകാലേ വരും ബുദ്ധിയും വിപരീതം. ■

അനുകമ്പയുള്ള പ്രാവ്

ദാഹം കൊണ്ടുവലഞ്ഞൊരുറുമ്പ്
ആറ്റിലെ വെള്ളം പാനം ചെയ്തു
കാലുകൾ തെറ്റിയതാറ്റിൽ ചാടി
നീന്താനറിയാതവളു കുഴഞ്ഞു.
മുങ്ങിപ്പൊങ്ങി ശ്വാസംമുട്ടി
രക്ഷിക്കണമേ എന്നു കരഞ്ഞു
തൊട്ടുമരത്തിലിരുന്നൊരു പ്രാവ്
രംഗം കണ്ടുടനവളും ഞെട്ടി.

കാരുണ്യത്താലുടനേ പ്രാവൊരു
പത്രമടർത്തി എറിഞ്ഞുജലത്തിൽ
തപ്പി തപ്പിയുറുമ്പീയിലയിൽ
തട്ടി കൊട്ടി കരയിലണഞ്ഞു
എന്നെങ്കിലുമൊരു പ്രത്യുപകാരം
വന്നാൽ നന്ദിയോടെ ഞാൻ ചെയ്യാം
ദിവസം പലതുകഴിഞ്ഞിട്ടൊരുനാൾ
കാട്ടിൽക്കൂടി നടന്നീടുമ്പോൾ
കറമ്പിഉറുമ്പൊരു സംഗതി കണ്ടു
അമ്പു തൊടുത്താപ്രാവിനെവീഴ്ത്താൻ
വേടൻലക്ഷ്യം വെച്ചീടുന്നു
ഓടിയണഞ്ഞാകട്ടുകറുമ്പി
കടിച്ചൂ വേടനു ലക്ഷ്യം തെറ്റി
വേടൻ വേദനകൊണ്ടു പിടഞ്ഞു
രക്ഷപ്പെട്ടു പറന്നുപ്രാവും. ■

സോനുവും മോനുവും

സോനുവും മോനുവും കാക്കകളുമവ-
രുറ്റ സഖാക്കളുമായിരുന്നു
ആരാണ് കൂടുതൽ സാമർത്ഥ്യക്കാരനെ-
ന്നാദിയിൽ തന്നെ സംവാദമുണ്ട്.
എന്നാൽ നമുക്കൊരു പന്തയം വെച്ചിടാ-
മെന്നവർ തമ്മിൽ പറഞ്ഞു വെച്ചു.
ഭാരമുള്ളോരോരോ കെട്ടുമെടുക്കേണം
മാനത്തു മുട്ടി പറന്നീടേണം

കള്ളം മനസ്സിൽ കരുതുന്ന സോനുവോ
പഞ്ഞിക്കെട്ടൊന്നു വഹിച്ചു ചുണ്ടിൽ
മോനുവോ തുല്യമായുപ്പു കെട്ടും കൊണ്ട്
വാനിൽ പറക്കുവാനായി വന്നു
മത്സരത്തിൽ സോനു മാനത്തു വേഗത്തിൽ
ഉത്സാഹത്തോടേ പറന്നീടുന്നു
തെല്ലിടചെന്നപ്പോൾ കാർകൊണ്ട മാനത്തു
നല്ല മഴയിൽ നനഞ്ഞെല്ലാരും
സോനുതൻ പഞ്ഞിക്കെട്ടാകെ കനം തൂങ്ങി
മുന്നേറാൻ വയ്യതെ കഷ്ടമായി
മോനുതൻ കെട്ടോ മഴയിലലിഞ്ഞലി
ഞ്ഞില്ലാതെ വന്നു കനംകുറഞ്ഞു
ഈ തക്കം മോനുവോ കൂടുതൽ വേഗത്തിൽ
പൊങ്ങി പറന്നു വിജയിച്ചത്രേ
നന്മ നിറഞ്ഞവരാരായാലും കൊള്ളാം
അന്ത്യവിജയമവർക്കു തന്നെ. ■

ഐകമത്യം മഹാബലം

കാട്ടിലെ രാജാവായ സിംഹമുണ്ടൊരു ദിനം
കാട്ടുകൂറ്ററാം മൂന്നു കാളയെ കൊല്ലാൻ നോക്കി.
ഒത്തൊരുമിച്ചു നിന്നുകൂറ്റന്മാർ രാജാവിനെ
മുട്ടുകുത്തിച്ചു ദൂരെ പായിച്ചു ജിതശ്രമം.
എങ്കിലും കാള മാംസം തിന്നുവാനുള്ള മോഹം
വങ്കനാം സിംഹത്തിനു കളയാൻ കഴിഞ്ഞില്ല.
കാളകളുടെ ഐക്യം തകർക്കാതൊരിക്കലും
നാളുകളായ മോഹം നടക്കാൻ പോകുന്നില്ല.

"ഐക്യം" അച്ചടക്കരാഹിത്യമായ് മുദ്രകുത്തി
ലംഘനം, രാജ്യദ്രോഹശിക്ഷയും നടപ്പാക്കി.
മൂങ്ങകളാദിയായ കാട്ടു മാധ്യമമെല്ലാം
രാജശാസനത്തിനു പ്രത്യേകം നീട്ടി മൂളി.
പെയ്ഡു ന്യൂസുമായൊരു വഞ്ചകൻ മല മേലേ
പേ നായപോലേ ഉച്ചഭാഷിണിപ്പാട്ടും പാടി.
രാജാവ് വഞ്ചകനെ വരുത്തി കല്പിച്ചുടൻ
കാളകളുടെ ഐക്യം നീ തന്നെ തകർക്കണം
കൊന്നു തിന്നണം നമുക്കവരെ ഉടൻ തന്നെ.
കുറുക്കൻ കാളകളെ ഓരോരുത്തരെ കണ്ടു
ഏഷണി വിഷം ചേർത്തു നൽകിനാൻ പല വട്ടം.
വഞ്ചകൻ ജയിക്കുന്നു, കാളകൾ വേർപിരിഞ്ഞു
ഒറ്റയ്ക്കു നടക്കുന്നൂ തീറ്റയും പൊറുതിയും.
ആളരിയുടെ കാര്യം വളരെ നിസ്സാരമായ്
കാളയെ ഒന്നൊന്നായി കൊന്നുതിന്നല്ലോ രാജൻ.
സിംഹരാജൻ തള്ളിയ ഉച്ഛിഷ്ടം ഭക്ഷിച്ചിട്ട്
വഞ്ചകർ ആഹ്ലാദത്താൽ തിരുനാളാഘോഷിച്ചു. ■

പുൽക്കൂട്ടിലെ പട്ടി

ഉച്ചയ്ക്കൊരു ദിനം ഊണുകഴിഞ്ഞൊരു
പട്ടിക്കുറങ്ങണമെന്നു തോന്നി
ശല്യങ്ങളില്ലാതെ ഒന്നു മയങ്ങുവാൻ
പുൽക്കൂടു തന്നെ തെരഞ്ഞെടുത്തു
വട്ടം കറങ്ങി കറങ്ങിയാ പട്ടിയും
പെട്ടെന്നു വൈക്കോലിൽ നിദ്രകൊണ്ടു.
അന്നാളിൽ മുറ്റത്തു പാവങ്ങൾ കുട്ടികൾ
കത്തിച്ചെറിയുന്ന ചക്രം പോലെ
നാലുമണിക്കു പണി കഴിഞ്ഞെത്തിയ
കാലികൾ പുൽക്കൂട്ടിൽ തപ്പി വേഗം
പട്ടിണികൊണ്ടു വിശക്കുന്ന കാലിയെ
പട്ടി കുരച്ചു പടികടത്തി.
തിന്നുകയുമില്ല തീറ്റിക്കയുമില്ല
എന്നൊരു ചൊല്ലുമന്നുൽഭവിച്ചു
പുൽക്കൂട്ടിലെ പട്ടി എന്നൊരു ശൈലിയും
വന്നുപിറന്നു മലയാളത്തിൽ. ■

പി.സി. മണിയൻ

റിട്ടയേർഡ് അദ്ധ്യാപകൻ. എറണാകുളം ജില്ലയിലെ തൃക്കളത്തൂരിൽ ജനനം, താമസം കൂവപ്പടിയിൽ. ചില ആനുകാലികങ്ങളിൽ ലേഖനങ്ങളും കവിതകളും എഴുതിയിട്ടുണ്ട്.